Nikiwa na huzuni

Sam Sagolski
Michoro na Daria smyslova

www.kidkiddos.com
Copyright ©2025 by KidKiddos Books Ltd.
support@kidkiddos.com

All rights reserved. No part of this book may be reproduced in any form or by any electronic or mechanical means, including information storage and retrieval systems, without written permission from the publisher, except in the case of a reviewer, who may quote brief passages embodied in critical articles or in a review.
First edition, 2025

Translated from English by Happines Mlay
Imetafsiriwa kutoka kingereza na Happines Mlay

Library and Archives Canada Cataloguing in Publication
When I Am Gloomy (Swahili edition)/Shelley Admont
ISBN: 978-1-83416-831-9 paperback
ISBN: 978-1-83416-832-6 hardcover
ISBN: 978-1-83416-830-2 eBook

Please note that the Swahili and English versions of the story have been written to be as close as possible. However, in some cases they differ in order to accommodate nuances and fluidity of each language.

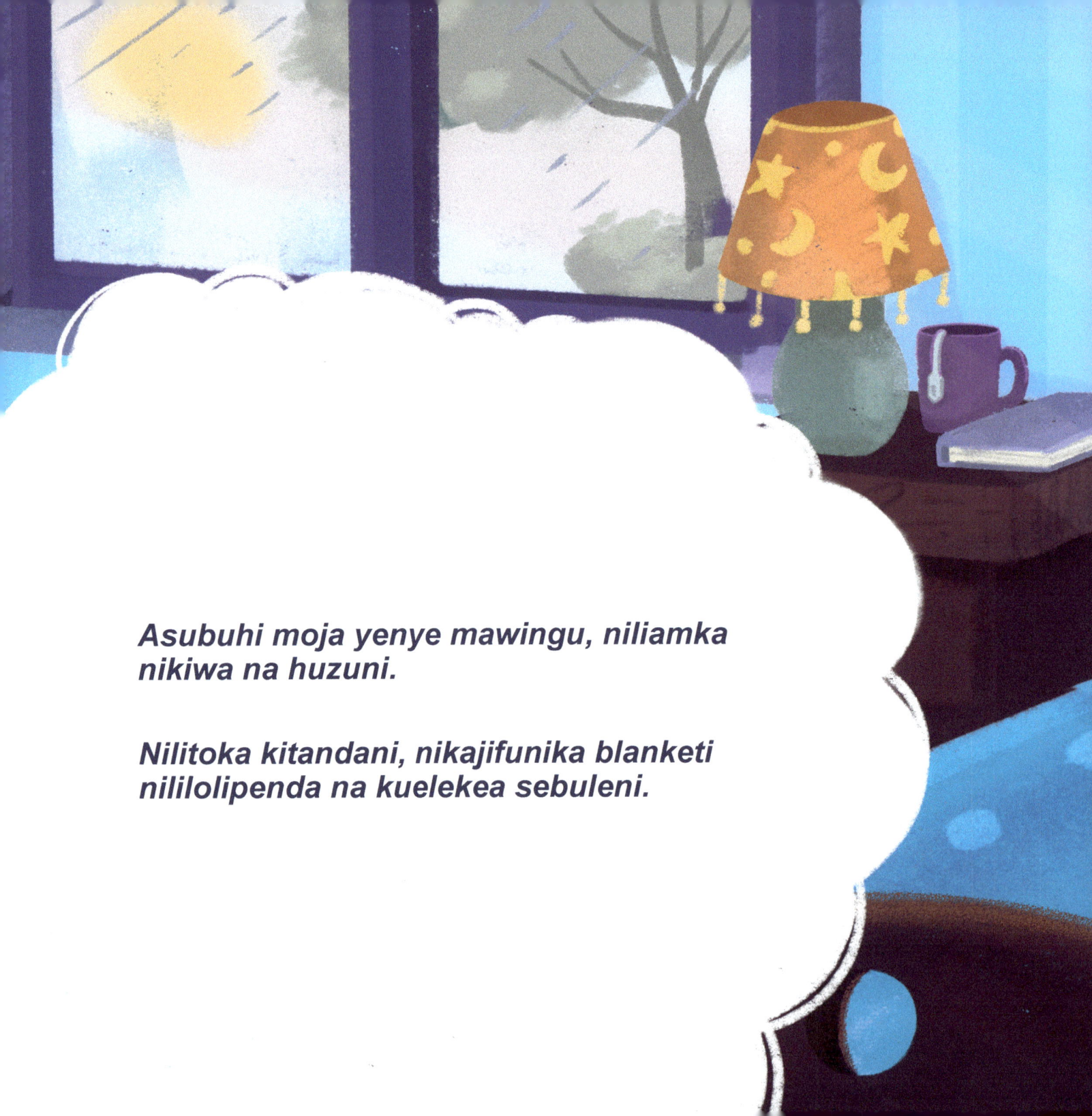

Asubuhi moja yenye mawingu, niliamka nikiwa na huzuni.

Nilitoka kitandani, nikajifunika blanketi nililolipenda na kuelekea sebuleni.

"Mama!" Niliita. "Nina hali mbaya."

Mama akatazama juu kutoka kwenye kitabu chake. "Mbaya? Kwanini unasema hivyo, mpenzi?" Aliuliza.

"Angalia uso wangu!" Nilisema huku nikikunja nyusi zangu. Mama alitabasamu kwa upole.

"Sina uso wa furaha leo," nilinong'ona. "Bado unanipenda nikiwa na huzuni?"

"Ndiyo, bila shaka," Mama alisema. "Unapokuwa na huzuni, nataka kuwa karibu nawe, kukukumbatia sana, na kukutia moyo uchangamke."

Hilo lilinifanya nijisikie vizuri kidogo, lakini kwa sekunde moja tu, kwa sababu kisha nilianza kufikiria juu ya hisia zangu nyingine zote.

"Kwa hiyo... bado unanipenda wakati nina hasira?"

Mama akatabasamu tena. "Ndiyo, bila shaka!"

"Una uhakika?" Niliuliza, nikikunja mikono yangu.

"Hata unapokasirika, mimi bado ni mama yako. Na ninakupenda vivyo hivyo."

Nikashusha pumzi kubwa. "Vipi wakati nina aibu?" Nilinong'ona.

"Ninakupenda wakati una aibu pia," alisema. "Unakumbuka ulipojificha nyuma yangu na hukutaka kuongea na jirani mpya?"

Niliitikia kwa kichwa. Nilikumbuka vizuri.

"Na kisha ukasema habari na kupata rafiki mpya. Nilijivunia wewe."

"Je, bado unanipenda ninapouliza maswali mengi?" Nikaendelea.

"Unapouliza maswali mengi, kama sasa, ninapata kukuona ukijifunza mambo mapya ambayo yanakufanya uwe mwerevu na mwenye nguvu kila siku," Mama alijibu. "Na ndiyo, bado nakupenda."

"Itakuwaje kama sijiskii kuzungumza kabisa?" Nikaendelea kuuliza.

"Njoo hapa," alisema. Nilipanda mapajani mwake na kukilaza kichwa changu begani mwake.

"Wakati hujisikii kuzungumza na unataka tu kuwa kimya, unaanza kutumia fikira zako. Ninapenda kuona kile unachounda," Mama alijibu.

Kisha akanong'ona sikioni mwangu, "Nakupenda ukiwa kimya pia."

"Lakini bado unanipenda wakati ninaogopa?" niliuliza.

"Daima," alisema Mama. *"Unapoogopa, ninakusaidia kuangalia kama hakuna viumbe vya kutisha chini ya kitanda au kabatini."*

Alinibusu kwenye paji la uso. "Wewe ni jasiri sana, mpenzi wangu."

"Na unapochoka," akaongeza kwa upole, "ninakufunika kwa blanketi lako, nakuletea teddy bear wako, na kukuimbia wimbo wetu wa kipekee."

"Itakuwaje ikiwa nina nguvu nyingi?" Niliuliza, nikiruka kwa miguu yangu.

Alicheka. "Unapokuwa na nguvu nyingi, tunaendesha baiskeli, kuruka kamba, au kukimbia nje pamoja. "Ninapenda kufanya mambo hayo yote pamoja nawe!"

"Lakini unanipenda wakati sitaki kula brokoli?" Nilitoa ulimi wangu nje.

Mama akacheka. "Kama wakati ule ulipompa brokoli yako Max kwa siri? Aliipenda sana."

"kumbe Uliona?" niliuliza.

"Ndiyo, Bila shaka. Na bado ninakupenda, hata hivyo."

Nilifikiria kwa muda, kisha nikauliza swali la mwisho:

"Mama, ikiwa unanipenda nikiwa na huzuni au hasira ... bado unanipenda ninapokuwa na furaha?"

"Oh, kipenzi," alisema, akinikumbatia tena, "unapokuwa na furaha, mimi pia nina furaha."

Alinibusu kwenye paji la uso na kuongeza, "Ninakupenda unapokuwa na furaha kama vile ninavyokupenda ukiwa na huzuni, au hasira, au aibu, au uchovu."

Nilijisogeza karibu na kutabasamu. "Kwa hivyo ... unanipenda kila wakati?" niliuliza.

"Wakati wote," alisema. "Kila hisia, kila siku, nakupenda kila wakati."

Wakati anaongea, nilianza kuhisi kitu chenye amani na utulivu moyoni mwangu.

Nilitazama nje na kuona mawingu yakiondoka kwa kuelea. Anga ilikuwa inageuka kuwa bluu, na jua likatoka.

Ilionekana kana kwamba itakuwa siku nzuri baada ya yote.

www.ingramcontent.com/pod-product-compliance
Lightning Source LLC
LaVergne TN
LVHW072112060526
838200LV00061B/4869